Impressum
Verlag: BABADADA GmbH, Nedderfeld 112 , 22529 Hamburg
Geschäftsführer / Verlagsleitung: Harald Hof
Druck: Books on Demand GmbH, In de Tarpen 42, 22848 Norderstedt

Imprint
Publisher: BABADADA GmbH, Nedderfeld 112 , 22529 Hamburg, Germany
Managing Director / Publishing direction: Harald Hof
Print: Books on Demand GmbH, In de Tarpen 42, 22848 Norderstedt, Germany

trường học
школа

phòng học
класна кімната

chia
ділити

186/2

bảng viết
дошка

sân trường
шкільний двір

giáo viên
вчитель

giấy
папір

viết
писати

cây bút
ручка

bàn làm việc
письмовий стіл

cây thước
лінійка

sách
книга

học sinh
учень

cặp đeo vai học sinh
....
ранець

hộp đựng bút
....
пенал

bút chì
....
олівець

cái gọt bút chì
....
точило

cục tẩy
....
гумка

tập giấy vẽ
....
альбом для малювання

bản vẽ

малюнок

cọ vẽ

пензель

hộp mực vẽ

коробка фарб

cây kéo

ножиці

keo dán

клей

sách bài tập

зошит

bài tập ở nhà

домашнє завдання

12

số

число

2+2

cộng

додавати

5−2

trừ

віднімати

2×2

nhân

множити

tính toán

рахувати

A

chữ cái

літера

ABCDEFG HIJKLMN OPQRSTU VWXYZ

bảng chữ cái

абетка

hello

từ

слово

văn bản

текст

đọc

читати

phấn viết

крейда

bài học

година

sổ lớp

класний журнал

thi kiểm tra

екзамен

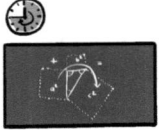

chứng chỉ

диплом

đồng phục học sinh

шкільна форма

giáo dục

освіта

từ điển bách khoa

лексикон

đại học

університет

kính hiển vi

мікроскоп

bản đồ

карта

thùng rác giấy

кошик для паперу

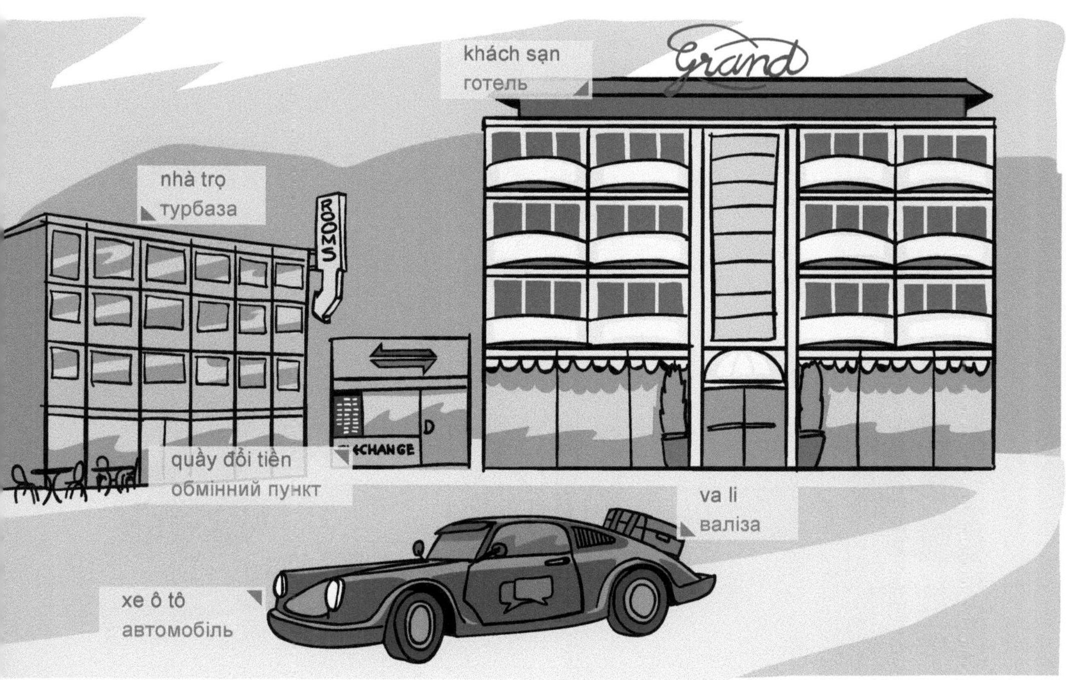

khách sạn
готель
Grand
nhà trọ
турбаза
ROOMS
quầy đổi tiền
обмінний пункт
EXCHANGE
va li
валіза
xe ô tô
автомобіль

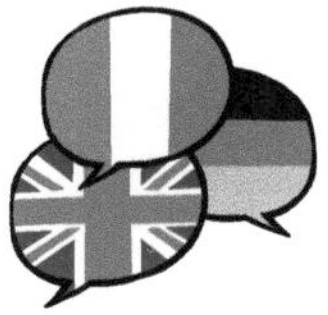

ngôn ngữ

мова

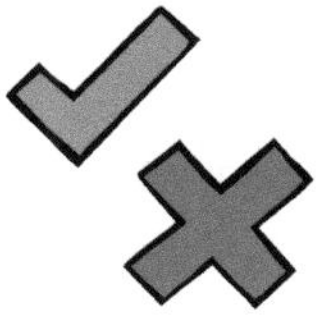

có / không

так / ні

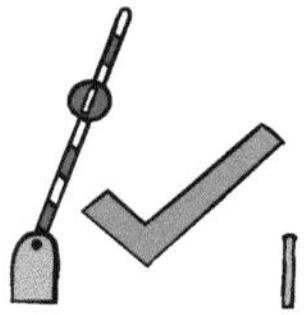

ô kê

добре

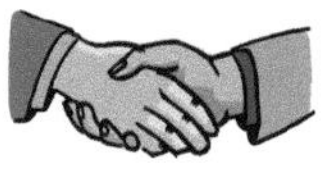

Xin chào

привіт

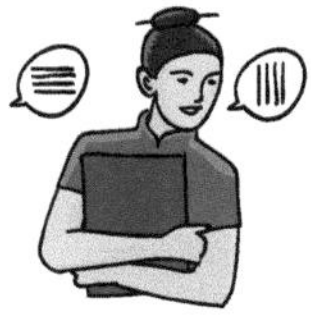

thông dịch viên

перекладач

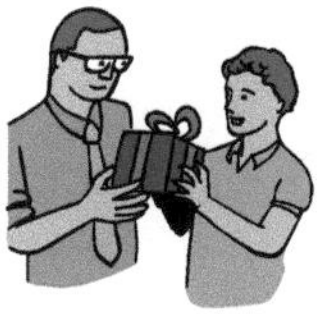

cám ơn

дякую

... bao nhiêu tiều?

Скільки коштує ...?

tôi không hiểu

Я не розумію

vấn đề

проблема

Xin chào! (buổi tối)

Добрий вечір!

xin chào! (buổi sáng)

Доброго ранку!

chúc ngủ ngon!

На добраніч!

tạm biệt

До побачення

hướng đi

напрямок

hành lý

багаж

túi xách

сумка

túi ba lô

рюкзак

khách

гість

phòng

кімната

túi ngủ

спальний мішок

lều

намет

thông tin du lịch

туристична інформація

bãi biển

пляж

thẻ tín dụng

кредитна картка

ăn sáng

сніданок

ăn trưa

обід

ăn tối

вечеря

vé xe

квиток

thang máy

ліфт

tem bưu điện

поштова марка

biên giới

межа

hải quan

митниця

đại sứ quán

посольство

thị thực

віза

hộ chiếu

паспорт

vận chuyển
транспорт

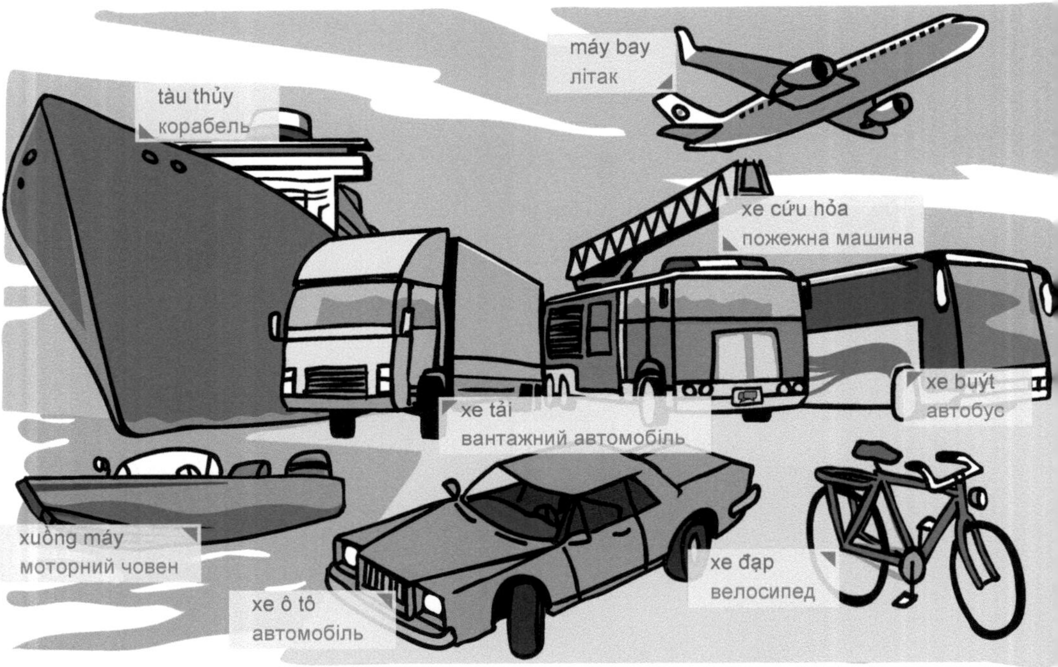

máy bay
літак
tàu thủy
корабель
xe cứu hỏa
пожежна машина
xe buýt
автобус
xe tải
вантажний автомобіль
xuồng máy
моторний човен
xe đạp
велосипед
xe ô tô
автомобіль

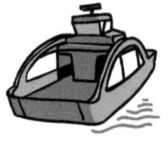

phà

пором

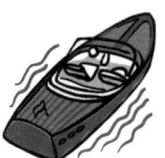

xuồng

човен

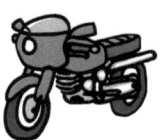

xe máy

мотоцикл

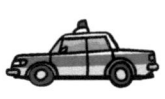

xe cảnh sát

поліцейська машина

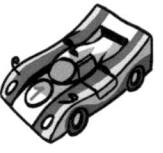

xe đua

гоночний автомобіль

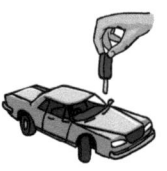

xe cho thuê

автомобіль на прокат

dịch vụ thuê xe tự lái

спільне користування авто

xe kéo cứu hộ

евакуатор

xe rác

сміттєвоз

động cơ

двигун

xăng

паливо

trạm xăng

автозаправна станція

biển báo giao thông

дорожній знак

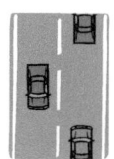

giao thông

рух

ách tắc giao thông

затор

bãi đậu xe

стоянка

nhà ga

вокзал

đường ray

рейки

xe lửa

потяг

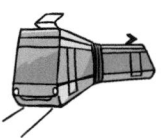

tàu điện

трамвай

toa xe

вагон

máy bay trực thăng

гелікоптер

sân bay

аеропорт

tháp

вежа

hành khách

пасажир

côngtenơ

контейнер

thùng các-tông

коробка

xe đẩy

візок

cái giỏ

кошик

cất cánh / hạ cánh

стартувати / приземлятися

thành phố

місто

làng

село

trung tâm thành phố

центр міста

nhà

дім

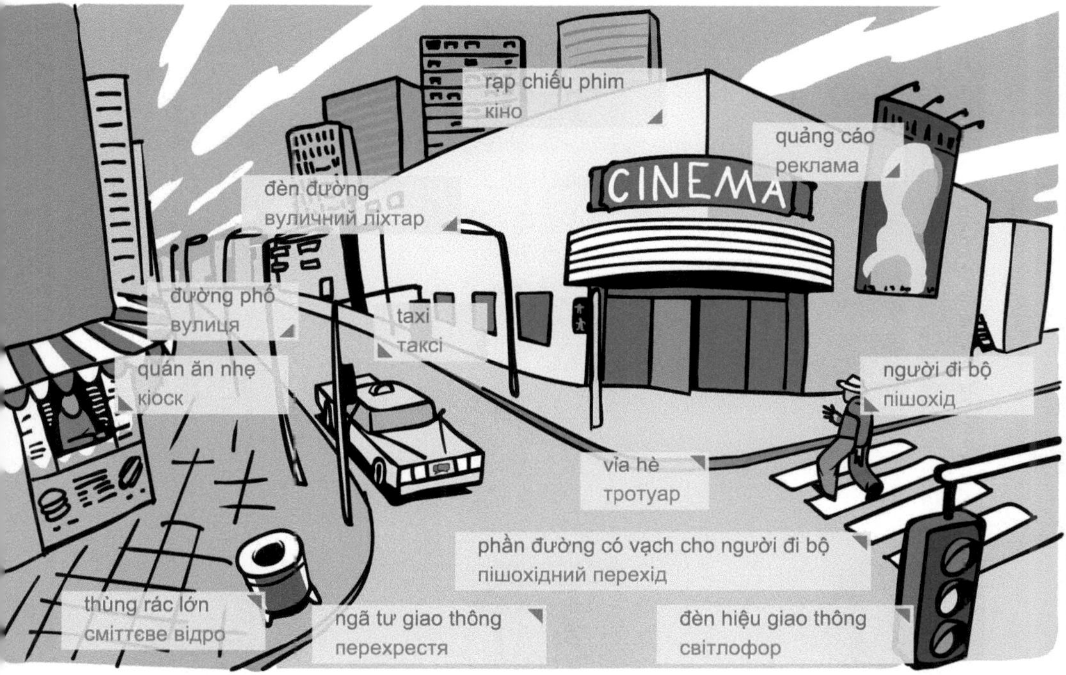

rạp chiếu phim
кіно
CINEMA
quảng cáo
реклама
đèn đường
вуличний ліхтар
đường phố
вулиця
taxi
таксі
quán ăn nhẹ
кіоск
người đi bộ
пішохід
vỉa hè
тротуар
phần đường có vạch cho người đi bộ
пішохідний перехід
thùng rác lớn
сміттєве відро
ngã tư giao thông
перехрестя
đèn hiệu giao thông
світлофор

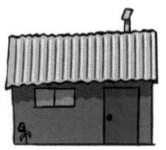

nhà chòi

хатина

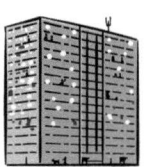

căn hộ

квартира

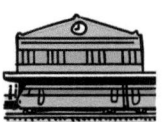

nhà ga

вокзал

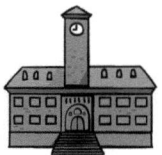

tòa thị chính

ратуша

MUSEUM

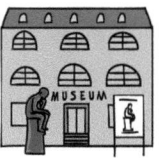

viện bảo tàng

музей

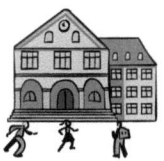

trường học

школа

đại học
університет

ngân hàng
банк

bệnh viện
лікарня

khách sạn
готель

hiệu thuốc
аптека

văn phòng
офіс

hiệu sách
книжковий магазин

cửa hiệu
магазин

cửa hiệu bán hoa
квітковий магазин

siêu thị
супермаркет

chợ
ринок

cửa hàng bách hóa
універмаг

người bán cá
торговець рибою

trung tâm mua bán
торговельний центр

bến cảng
гавань

công viên

парк

ghế băng

лава

cầu

міст

cầu thang

сходи

tàu điện ngầm

метро

đường hầm

тунель

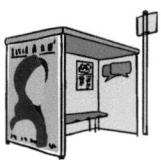

trạm xe buýt

автобусна зупинка

quán bar

бар

khách sạn

ресторан

hòm thư công cộng

поштова скринька

bảng hiệu đường

вулична табличка

đồng hồ đậu xe

лічильник паркування

vườn bách thú

зоопарк

bể bơi

басейн

nhà thờ Hồi giáo

мечеть

nông trại

ферма

ô nhiễm môi trường

забруднення навколишнього середовища

nghĩa trang

кладовище

nhà thờ

церква

sân chơi

дитячий майданчик

ngôi đền

храм

phong cảnh
ландшафт

lá cây
листок

bảng chỉ đường
вказівний стовп

lối đi
шлях

bãi cỏ
луг

hòn đá
камінь

người đi bộ đường dài
мандрівник

cây
дерево

sông
річка

cỏ
трава

bông hoa
квітка

thung lũng
долина

đồi
гора

hồ nước
озеро

rừng
ліс

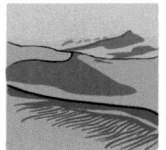

sa mạc
пустеля

núi lửa
вулкан

lâu đài
замок

cầu vồng
веселка

nấm
гриб

cây cọ
пальма

con muỗi
комар

con ruồi
муха

con kiến
мурашка

con ong
бджола

con nhện
павук

bọ cánh cứng

жук

con ếch

жаба

con sóc

вивірка

con nhím

їжак

con thỏ

заєць

con cú

сова

con chim

птах

thiên nga

лебідь

heo rừng

кабан

con hươu

олень

nai sừng tấm

лось

đê

гребля

tuabin gió

вітряк

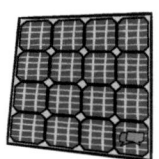

tấm năng lượng mặt trời

сонячний модуль

khí hậu

клімат

khách sạn

ресторан

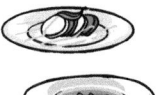

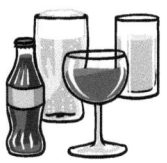

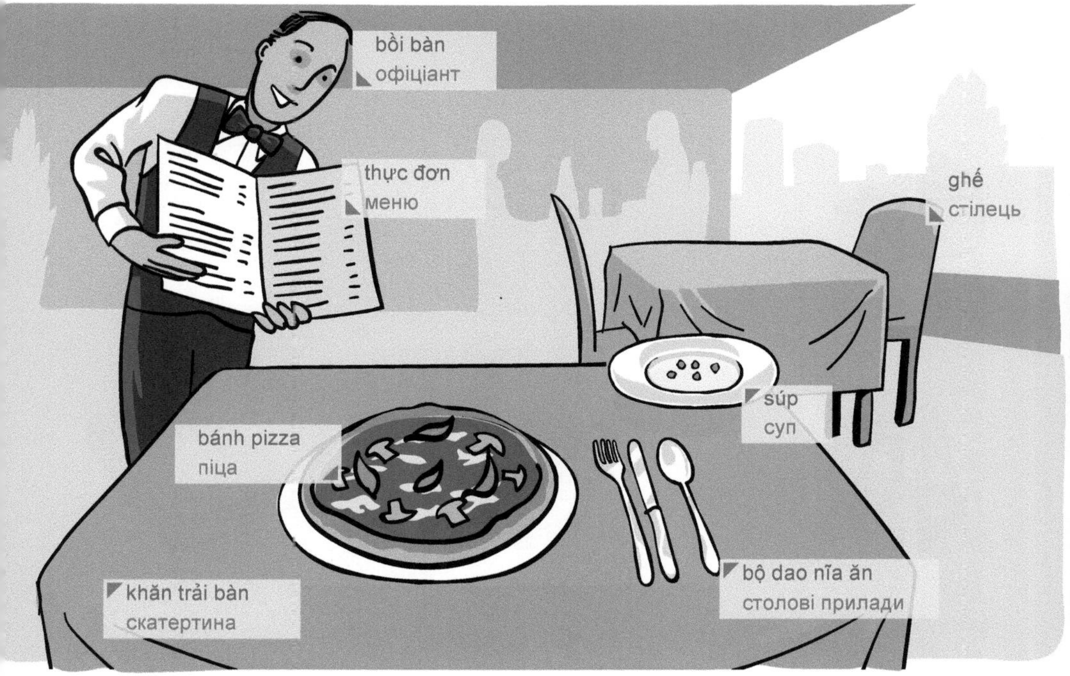
bồi bàn
офіціант
thực đơn
меню
ghế
стілець
súp
суп
bánh pizza
піца
khăn trải bàn
скатертина
bộ dao nĩa ăn
столові прилади

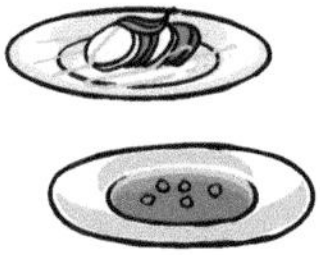

món ăn khai vị

закуска

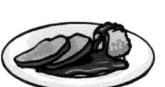

món ăn chính

друга страва

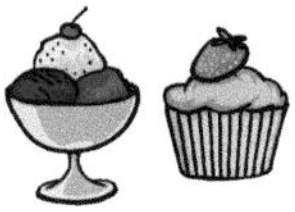

món tráng miệng

десерт

thức uống

напої

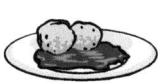

thức ăn

їжа

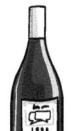

cái chai

пляшка

thức ăn nhanh

фаст-фуд

thức ăn đường phố

вулична їжа

ấm trà

чайник

hộp đường

цукорниця

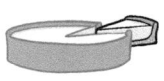

khẩu phần

порція

máy pha espresso

еспресо-машина

ghế cao

високий стільчик

hóa đơn

рахунок

khay

піднос

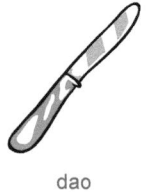

dao

ніж

nĩa

вилка

thìa

ложка

thìa uống trà

чайна ложка

khăn ăn

серветка

cốc thủy tinh

склянка

đĩa
....
тарілка

đĩa súp
....
тарілка для супу

đĩa lót cốc
....
блюдце

nước sốt
....
соус

lọ muối
....
солонка

cái xay tiêu
....
млин для перцю

giấm
....
оцет

dầu
....
масло

gia vị
....
спеції

nước xốt cà chua
....
кетчуп

tương hạt cải
....
гірчиця

nước sốt mayonnaise
....
майонез

siêu thị

супермаркет

chào giá đặc biệt
пропозиція
FOR
khách hàng
клієнт
sản phẩm từ sữa
молочні продукти
trái cây
фрукти
xe đẩy mua sắm
візок для покупок

BUTCHERS

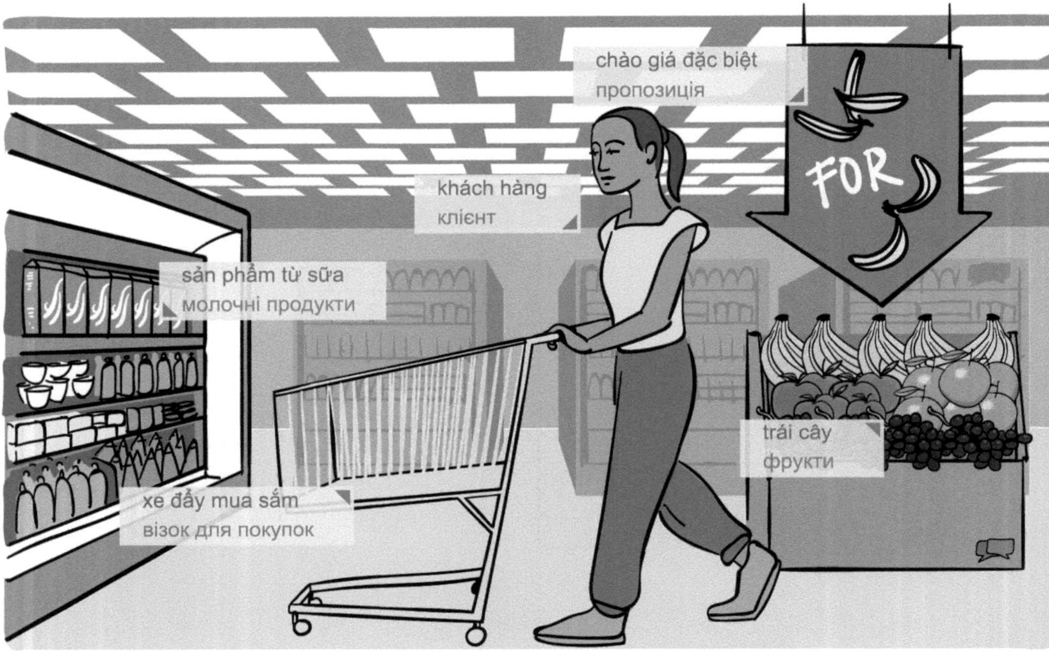

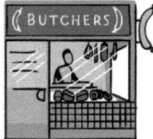

lò mổ

м'ясний магазин

BAKERY

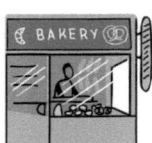

cửa hiệu bán bánh mì

пекарня

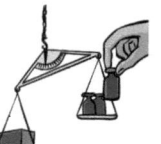

cân nặng

зважувати

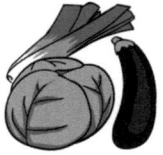

rau quả

овочі

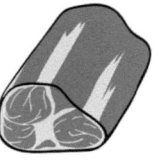

thịt

м'ясо

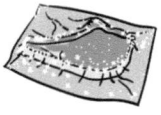

thức ăn đông lạnh

заморожені продукти

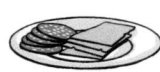

lát thịt nguội

ковбасна нарізка

đồ hộp

консерви

bột giặt

пральний порошок

đồ ngọt

солодощи

sản phẩm dùng trong gia đình

предмети домашнього побуту

chất tẩy rửa

мийний засіб

người bán hàng

продавщиця

quầy trả tiền

каса

nhân viên thu ngân

касир

danh sách mua sắm

список покупок

giờ mở cửa

часи роботи

ví tiền

гаманець

thẻ tín dụng

кредитна картка

túi đeo

сумка

túi ny lông

поліетиленовий пакет

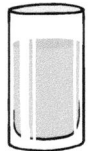

nước

вода

nước quả ép

сік

sữa

молоко

coca-cola

кола

rượu vang

вино

bia

пиво

cồn

алкоголь

cacao

какао

trà

чай

cà phê

кава

espresso

еспресо

cappuccino

капучіно

chuối

банан

quả táo

яблуко

quả cam

апельсин

dưa hấu

кавун

chanh

лимон

cà rốt

морква

tỏi

часник

tre

бамбук

củ hành

цибуля

nấm

гриб

hạt dẻ

горішки

mì

локшина

mì spaghetti

спагеті

cơm

рис

xà lách

салат

khoai tây chiên

картопля фрі

khoai tây chiên

смажена картопля

bánh pizza

піца

bánh hamburger

гамбургер

bánh mì sandwich

бутерброд

thịt côtlet

шніцель

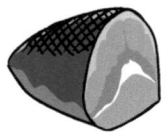

thịt giăm bông

шинка

xúc xích

салямі

dồi

ковбаса

gà

курка

rán

печеня

cá

риба

cháo yến mạch

вівсяні пластівці

cháo muesli

мюслі

bánh bột ngô nướng

кукурудзяні пластівці

bột mì

борошно

bánh sừng bò

круасан

bánh mì

булочка

bánh mì

хліб

bánh mì nướng

тостовий хліб

bánh bích quy

печиво

bơ

масло

sữa đông

сир

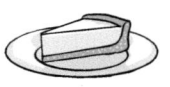

bánh ngọt

пиріг

trứng

яйце

trứng rán

яєчня

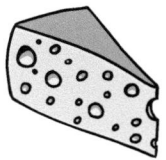

pho mát

сир

kem

морозиво

đường

цукор

mật ong

мед

mứt

мармелад

kem nougat

нуга-крем

cà ri

карі

thức ăn - їжа

nông trại

ферма

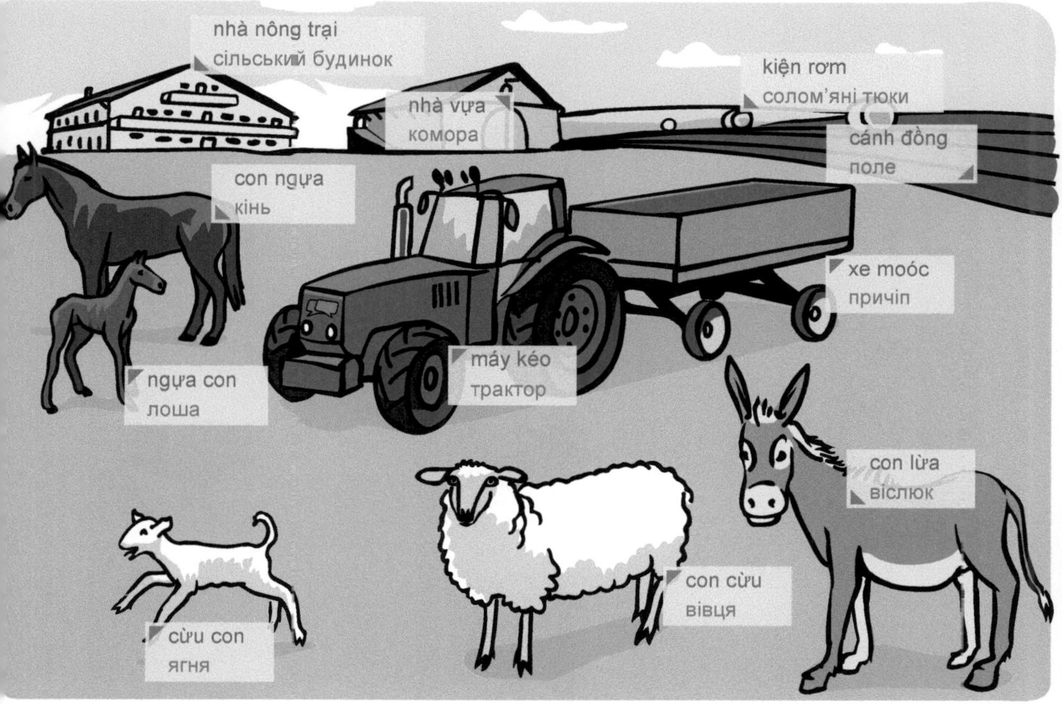

nhà nông trại
сільський будинок
nhà vựa
комора
kiện rơm
солом'яні тюки
cánh đồng
поле
con ngựa
кінь
xe moóc
причіп
ngựa con
лоша
máy kéo
трактор
con lừa
віслюк
con cừu
вівця
cừu con
ягня

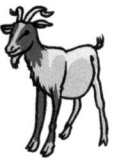

con dê

коза

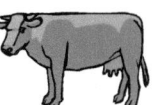

con bò

корова

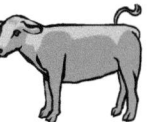

con bê

теля

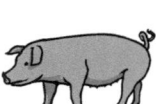

con lợn

свиня

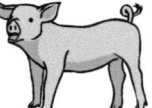

lợn con

порося

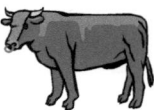

bò đực

бик

con ngỗng

гусак

con vịt

качка

gà con

курча

gà mái

курка

gà trống

півень

con chuột

щур

mèo

кіт

chuột nhắt

миша

bò đực

віл

con chó

собака

nhà chuồng chó

собача будка

ống tưới vườn cây

садовий шланг

thùng tưới cây

лійка

lưỡi hái

коса

cái cày

плуг

cái liềm

серп

cái cuốc

мотика

cái chĩa

вила

cái rìu

сокира

xe cút kít

тачка

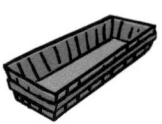

máng ăn

корито

lọ sữa

бідон молока

bao tải

мішок

hàng rào

паркан

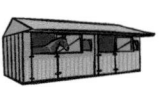

chuồng

хлів

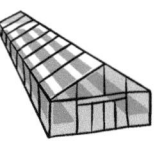

nhà kính trồng cây

теплиця

đất trồng

ґрунт

hạt giống

насіння

phân bón

добриво

máy gặt đập liên hợp

комбайн

thu hoạch

пожинати

mùa thu hoạch

урожай

khoai lang

корінь ямсу

lúa mì

пшениця

đậu nành

соя

khoai tây

картопля

ngô

кукурудза

hạt cải dầu

ріпак

cây ăn trái

плодове дерево

sắn

маніок

ngũ cốc

злаки

ống khói
димохід

mái nhà
дах

ống máng nước mưa
водостічний лоток

cửa sổ
вікно

ga ra
гараж

chuông cửa
дзвінок

cửa
двері

thùng rác
відро для сміття

hòm thư
поштова скринька

vườn
сад

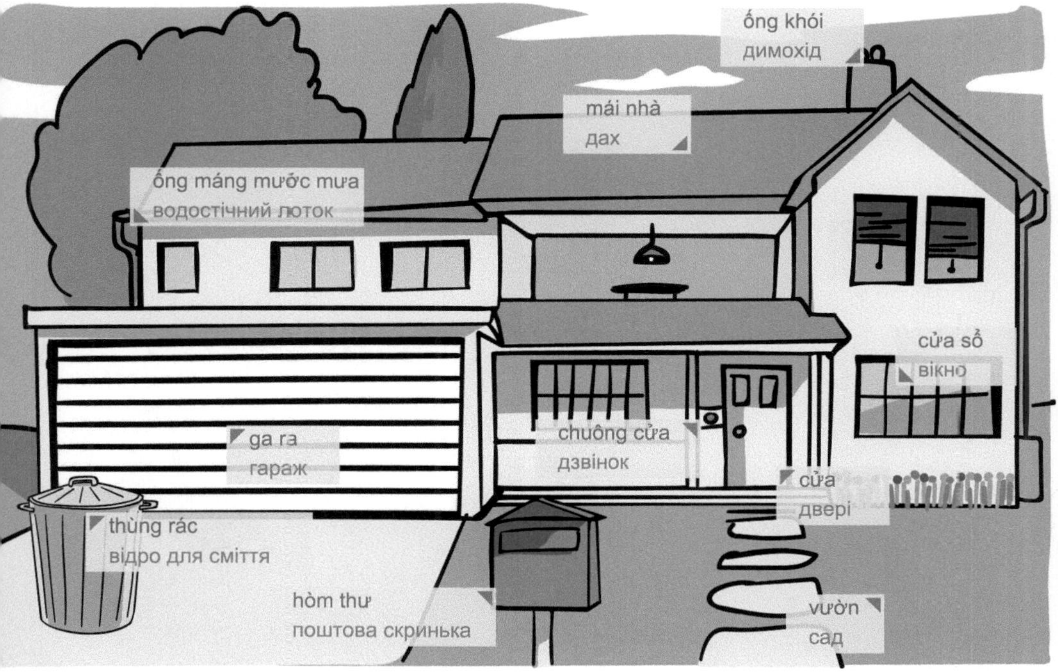

phòng khách

вітальня

phòng tắm

ванна кімната

bếp

кухня

phòng ngủ

спальня

phòng trẻ em

дитяча кімната

phòng ăn

їдальня

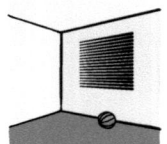

nền nhà

підлога

tường

стіна

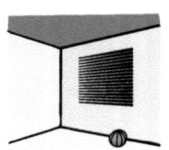

trần nhà

стеля

tầng hầm

підвал

tắm hơi

сауна

ban công

балкон

sân hiên

тераса

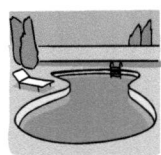

bể bơi

басейн

máy cắt cỏ

косарка

khăn trải giường

простирало

khăn trải giường

ковдра

giường

ліжко

chổi

мітла

cái xô

відро

công tắc điện

перемикач

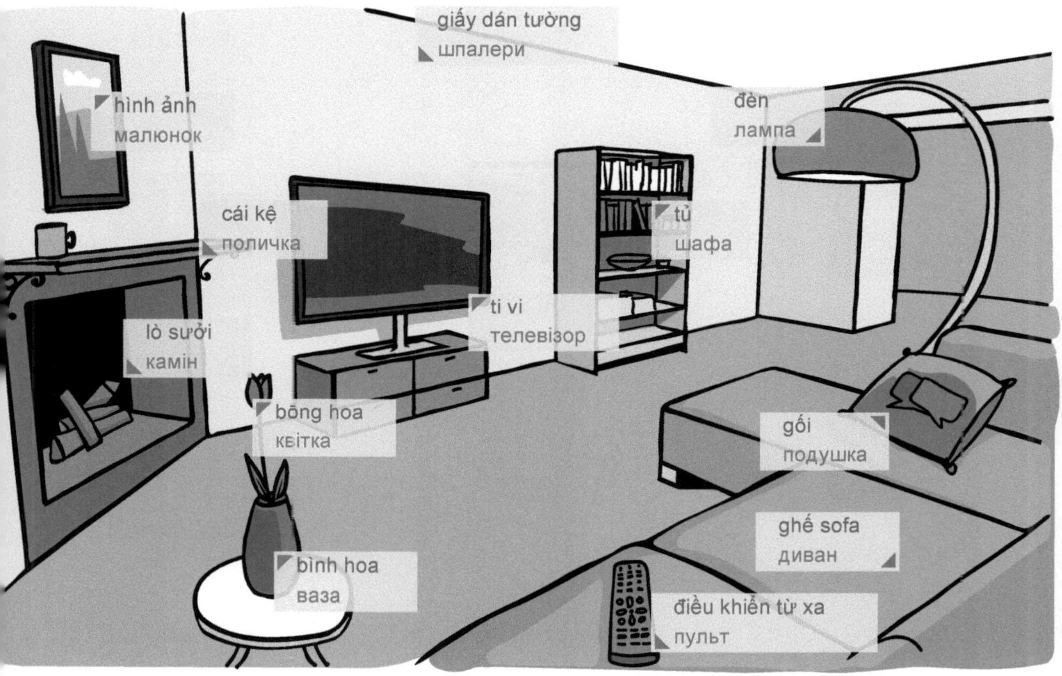

giấy dán tường
шпалери

hình ảnh
малюнок

đèn
лампа

cái kệ
поличка

tủ
шафа

ti vi
телевізор

lò sưởi
камін

bông hoa
квітка

gối
подушка

ghế sofa
диван

bình hoa
ваза

điều khiển từ xa
пульт

thảm

килим

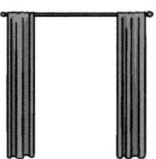

rèm

завіса

cái bàn

стіл

ghế

стілець

ghế bập bênh

крісло-гойдалка

ghế bành

крісло

sách

книга

cái chăn

ковдра

đồ trang trí

прикраса

củi

дрова

phim

фільм

máy hi-fi

стереосистема

chìa khóa

ключ

báo

газета

bức tranh

картина

áp phích

плакат

radio

радіо

sổ ghi chép

блокнот

máy hút bụi

пилосос

cây xương rồng

кактус

cây nến

свічка

bếp

кухня

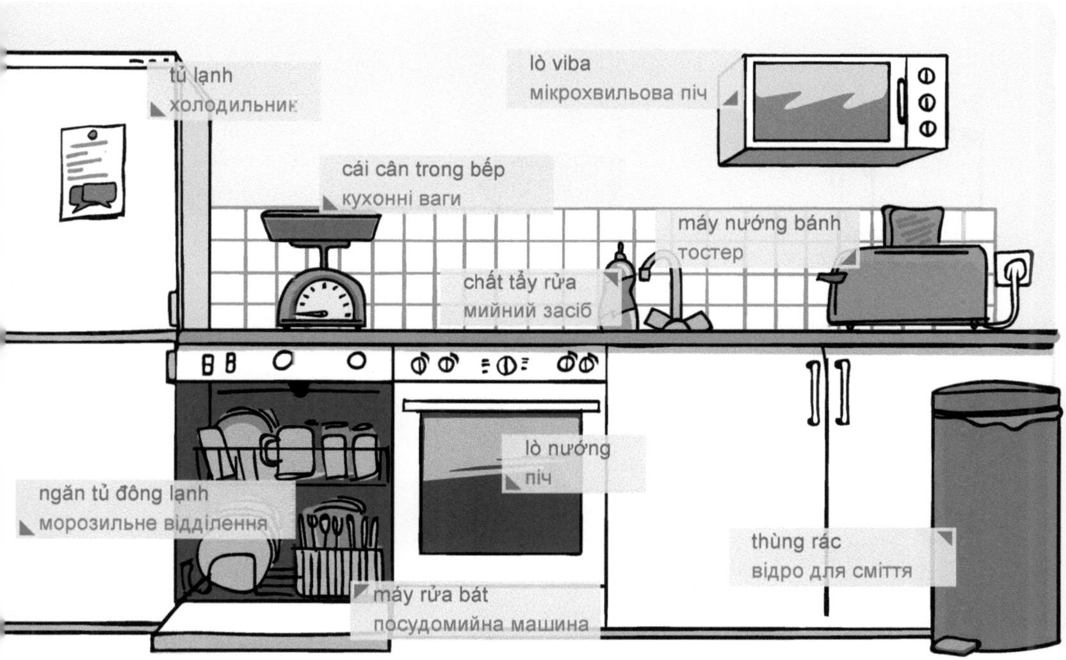
tủ lạnh
холодильник
lò viba
мікрохвильова піч
cái cân trong bếp
кухонні ваги
máy nướng bánh
тостер
chất tẩy rửa
мийний засіб
lò nướng
піч
ngăn tủ đông lạnh
морозильне відділення
thùng rác
відро для сміття
máy rửa bát
посудомийна машина

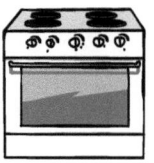

lò nấu

плита

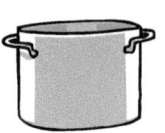

nồi

горщик

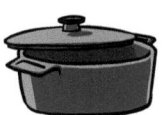

nồi sắt

чавунний горщик

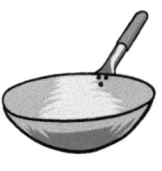

chảo

вок / кадай

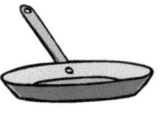

chảo

сковорода

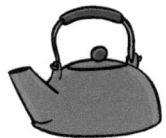

ấm đun nước

чайник

nồi đun hơi
пароварка

khay lò nướng
лист

bát đĩa
посуд

cốc
кухоль

cái bát
чаша

đũa
палички для їжі

cái vá
черпак

bàn xẻng
лопатка

que đánh kem
вінчик для збивання

rây dùng trong bếp
сито

cái rây lọc
сито

cái nạo
терка

vữa
ступка

vỉ nướng
барбекю

ngọn lửa trần
багаття

cái thớt

дошка

trục cán bột

качалка

cái mở nút chai

штопор

vỏ đồ hộp

консерва

cái mở vỏ đồ hộp

відкривачка

miếng nhấc nồi

прихватки

bồn rửa bát

раковина

bàn chải

щітка

miếng xốp

губка

máy xay

міксер

tủ đông lạnh

морозильна камера

bình sữa cho trẻ sơ sinh

дитяча пляшка

vòi nước

кран

phòng tắm
ванна кімната

lò sưởi
опалення
vòi hoa sen
душ
khăn lau
рушник
rèm che ngăn tắm
душова завіса
tắm bọt
пiниста ванна
bồn tắm
ванна
cốc thủy tinh
склянка
máy giặt
пральна машина
vòi nước
кран
gạch lát
плитка
cái bô
горшок
bồn rửa bát
раковина

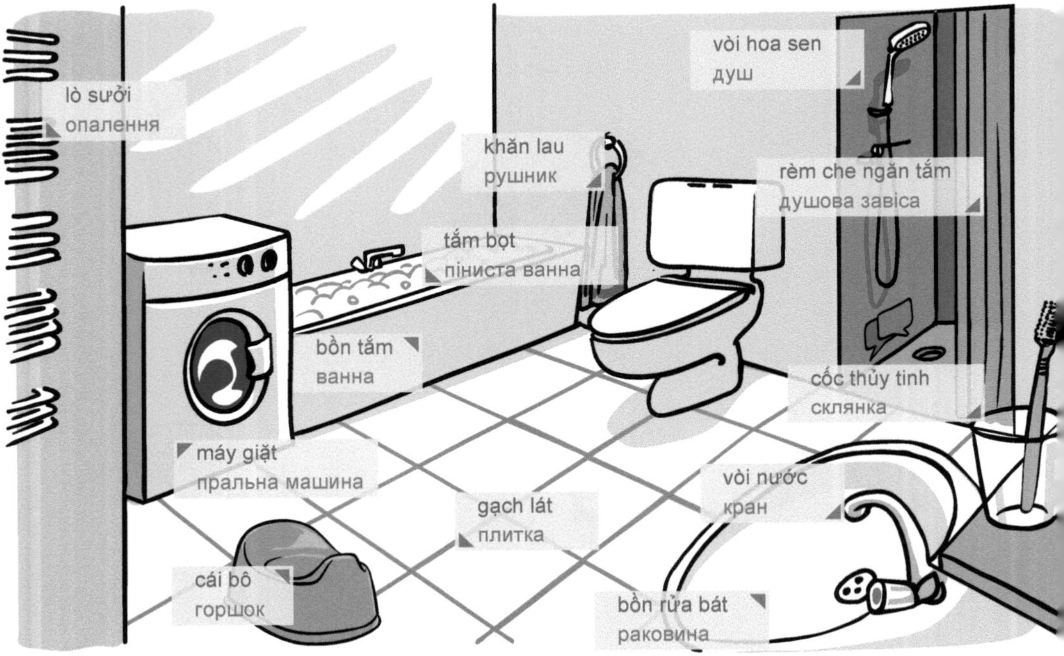

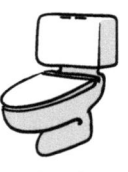

bồn cầu

туалет

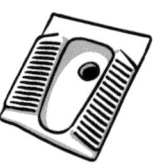

bồn cầu ngồi xổm

підлоговий туалет

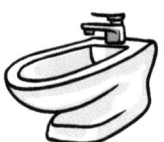

bồn rửa hậu môn

біде

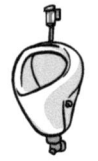

bồn tiểu tiện

пісуар

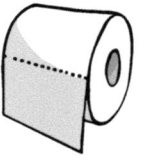

giấy vệ sinh

туалетний папір

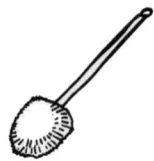

bàn chải cọ bồn cầu

щітка для туалету

bàn chải đánh răng

зубна щітка

kem đánh răng

зубна паста

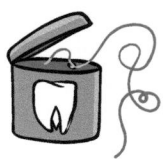

chỉ nha khoa

нитка для чищення зубів

rửa

мити

vòi sen cầm tay

ручний душ

vòi rửa hậu môn

інтимний душ

bồn rửa

таз

bàn chải cọ lưng

щітка для спини

xà phòng

мило

sữa tắm

гель для душу

dầu gội

шампунь

khăn cọ để tắm

мочалка

lỗ thoát nước

водостік

kem

крем

chất khử mùi

дезодорант

gương

дзеркало

gương tay

косметичне дзеркало

dao cạo râu

бритва

kem cạo râu

піна для гоління

nước thơm dùng sau khi cạo râu

лосьйон після гоління

cái lược

гребінь

bàn chải

щітка

máy xấy tóc

фен

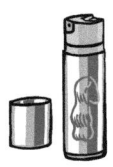

keo xịt tóc

лак для волосся

đồ trang điểm

косметика

thỏi son môi

губна помада

sơn bôi móng

лак для нігтів

bông

вата

kéo cắt móng

ножиці для нігтів

nước hoa

парфум

túi đựng đồ tắm

косметичка

ghế đẩu

табурет

cái cân

ваги

áo choàng tắm

халат

găng tay làm vệ sinh

гумові рукавички

nút gạc

тампон

băng vệ sinh

гігієнічні прокладки

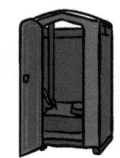

nhà vệ sinh hóa chất

біотуалет

phòng trẻ em

дитяча кімната

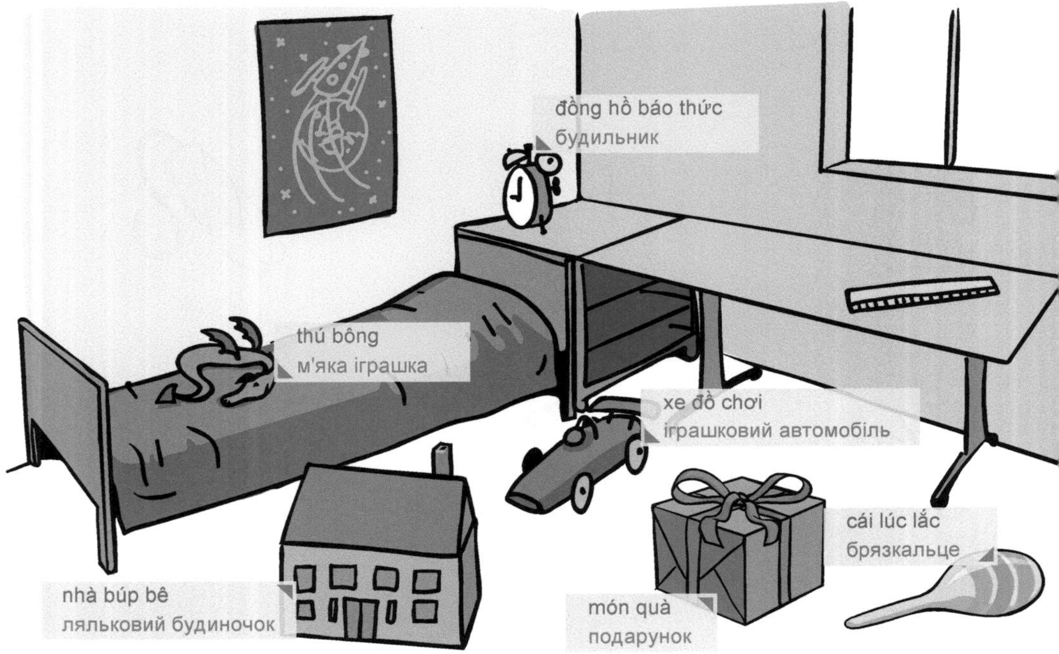
đồng hồ báo thức
будильник
thú bông
м'яка іграшка
xe đồ chơi
іграшковий автомобіль
cái lúc lắc
брязкальце
nhà búp bê
ляльковий будиночок
món quà
подарунок

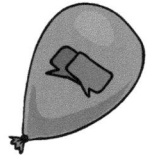

bong bóng

повітряна кулька

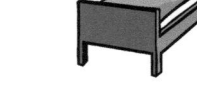

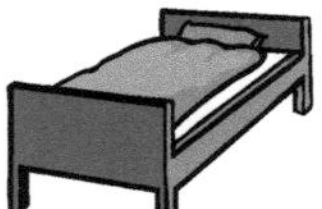

giường

ліжко

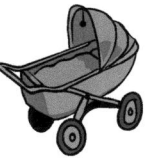

xe nôi

дитячий візок

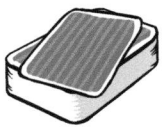

trò chơi bài

картярська гра

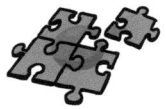

trò chơi ghép hình

пазл

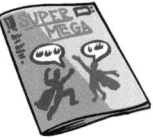

truyện tranh

комікс

gạch Lego

лего цеглинки

khối xếp hình

блоки

nhân vật hành động

іграшкова фігурка

áo liền quần cho trẻ sơ sinh

повзунки

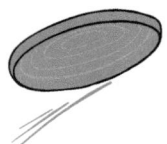

đĩa nhựa để ném

фризбі

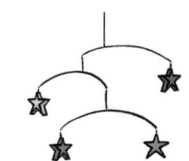

đồ chơi treo trên giường

мобіле

trò chơi cờ bàn

настільна гра

xúc xắc

кубик

đồ chơi xe lửa mô hình

модель залізнична станція

ti giả

соска

buổi tiệc

вечірка

sách tranh

книжка з картинками

quả bóng

м'яч

búp bê

лялька

chơi

грати

hố cát

пісочниця

cái đu

гойдалка

đồ chơi

іграшка

máy chơi game cầm tay

гральна консоль

xe ba bánh

триколісний велосипед

gấu bông

плюшевий мішка

tủ quần áo

шафа

y phục

одяг

bít tất

шкарпетки

bít tất dài

панчохи

quần tất

колготки

khăn choàng cổ
шарф

ô che mưa
парасоля

áp phông
футболка

dây thắt lưng
ремінь

ủng
чоботи

dép đi trong nhà
домашнє взуття

giày sneaker
кросівки

dép xăng đan
сандалі

giày
взуття

ủng cao su
гумові чоботи

quần lót
труси

áo ngực
бюстгальтер

áo vest
нижня сорочка

áo ôm sát cơ thể

боді

quần dài

штани

quần bò

джинси

váy

спідниця

áo cánh

блузка

áo sơ mi

сорочка

áo len chui đầu

пуловер

áo len

светр

áo blazer

піджак

áo jacket

куртка

áo khoác

пальто

áo mưa

дощовик

trang phục

костюм

áo váy

сукня

áo cưới

весільна сукня

y phục - одяг

bộ com lê

костюм

áo ngủ

нічна сорочка

pijama

піжама

trang phục sari

capi

khăn trùm đầu

головна хустка

khăn đội đầu

чалма

áo burka

бурка

áo captan

кафтан

áo aba

абая

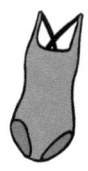

quần áo bơi

купальник

quần bơi

плавки

quần đùi

шорти

quần áo tracksuit

тренувальний костюм

tạp dề

фартух

găng tay

рукавички

cái cúc

гудзик

kính mắt

окуляри

vòng đeo tay

браслет

vòng cổ

ланцюг

nhẫn

кільце

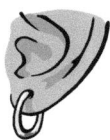

hoa tai

сережка

mũ lưỡi trai

шапка

cái mắc treo áo quần

плічка

mũ

капелюх

cà vạt

краватка

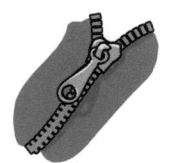

dây kéo phéc mơ tuya

застібка-блискавка

mũ bảo hiểm

шолом

dây đeo quần

підтяжки

đồng phục học sinh

шкільна форма

đồng phục

уніформа

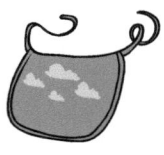

yếm trẻ em

нагрудник

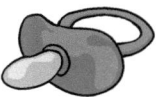

ti giả

соска

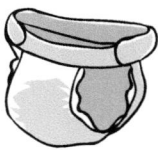

tã lót

підгузок

văn phòng
офіс

máy chủ
сервер
tủ hồ sơ
шаф для документів
máy in
принтер
giấy
папір
màn hình
монітор
bàn làm việc
письмовий стіл
chuột máy tính
миша
thư mục
папка
bàn phím
синтезатор
thùng rác giấy
кошик для паперу
máy tính
комп'ютер
ghế
стілець

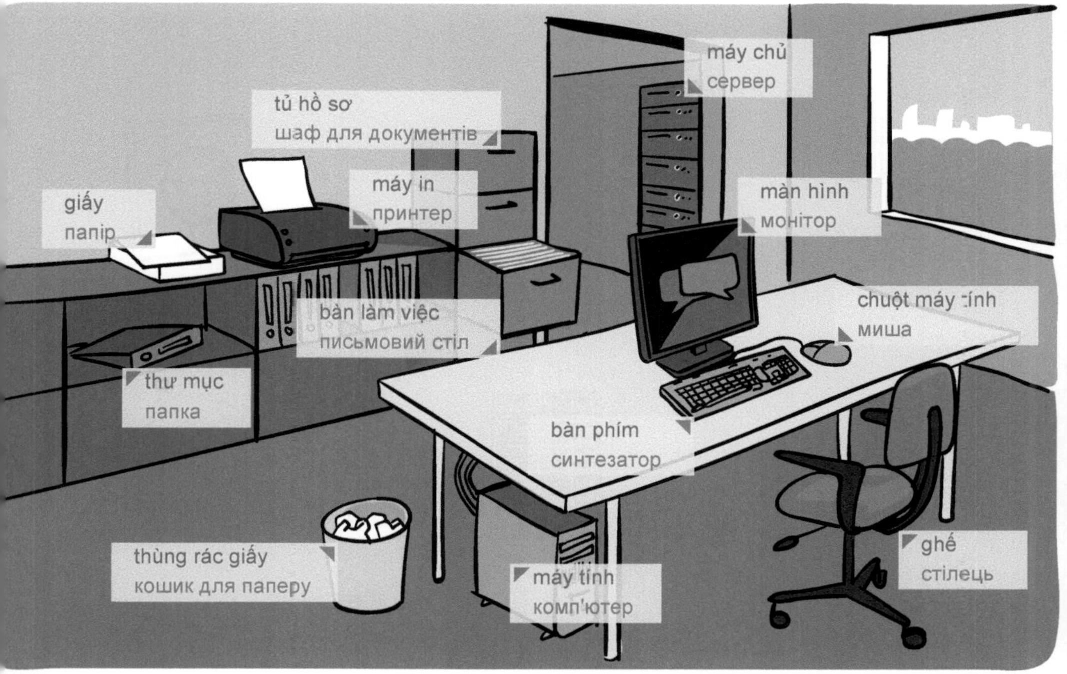

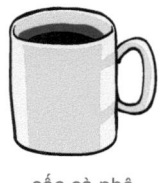

cốc cà phê

кавовий кухоль

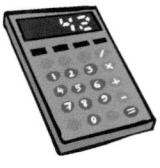

máy tính bỏ túi

калькулятор

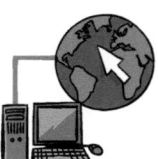

internet

інтернет

laptop

ноутбук

thư

лист

tin nhắn

повідомлення

điện thoại di động

мобільний телефон

mạng

мережа

máy photocopy

копіювальний пристрій

phần mềm

програмне забезпечення

điện thoại

телефон

ổ cắm điện

розетка

máy fax

факс

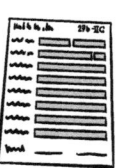

mẫu đơn

бланк

chứng từ

документ

mua
....
купувати

trả tiền
....
платити

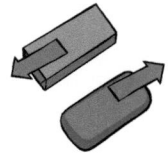

buôn bán
....
торгувати

tiền
....
гроші

đô la
....
долар

Euro
....
євро

yên
....
ієна

rúp
....
рубль

franc Thụy Sĩ
....
франк

nhân dân tệ
....
юанів женьміньбі

rupi
....
рупія

máy rút tiền tự động
....
банкомат

quầy đổi tiền

обмінний пункт

vàng

золото

bạc

срібло

dầu

нафта

năng lượng

енергія

giá tiền

ціна

hợp đồng

контракт

thuế

податок

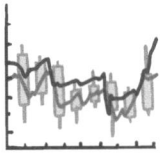

cổ phiếu

акція

làm việc

працювати

nhân viên

працівник

chủ lao động

роботодавець

nhà máy

фабрика

cửa hiệu

магазин

nhân viên cảnh sát
поліцейський

lính cứu hỏa
пожежник

đầu bếp
повар

bác sĩ
лікар

phi công
пілот

người làm vườn

садівник

thợ mộc

столяр

thợ may

швачка

chánh án

суддя

nhà hóa học

хімік

diễn viên

актор

tài xế xe buýt

водій автобуса

người lái taxi

таксист

ngư dân

рибалка

người lau dọn vệ sinh

прибиральниця

thợ lợp mái nhà

покрівельник

bồi bàn

офіціант

thợ săn

мисливець

họa sĩ

художник

thợ làm bánh

пекар

thợ điện

електрик

thợ xây dựng

будівельник

kỹ sư

інженер

người hàng thịt

забійник

thợ sửa ống nước

бляхар

người đưa thư

листоноша

người lính

солдат

kiến trúc sư

архітектор

nhân viên thu ngân

касир

người bán hoa

флорист

thợ cắt tóc

перукар

nhân viên soát vé

кондуктор

thợ cơ khí

механік

thuyền trưởng

капітан

nha sĩ

дантист

nhà khoa học

вчений

giáo sĩ Do thái

рабин

lãnh tụ Hồi giáo

імам

nhà sư

монах

mục sư

пастор

dụng cụ
інструменти

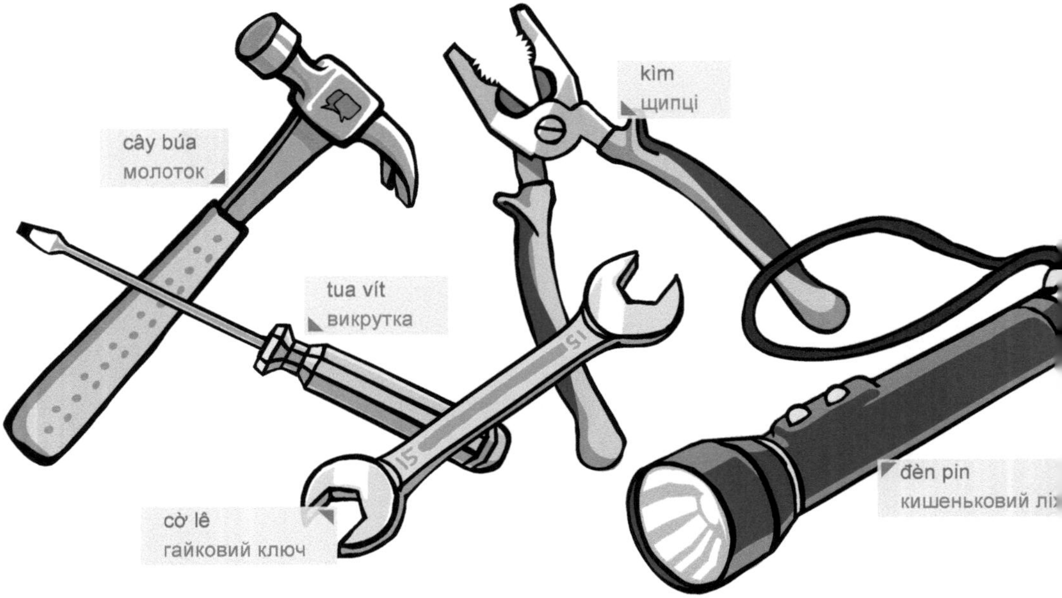

cây búa
молоток
kìm
щипці
tua vít
викрутка
cờ lê
гайковий ключ
đèn pin
кишеньковий лі

máy xúc đất

екскаватор

hộp dụng cụ

ящик для інструментів

cái thang

драбина

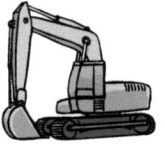

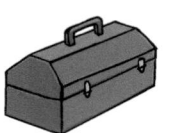

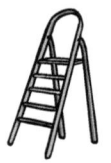

cưa

пилка

đinh

цвяхи

máy khoan

свердло

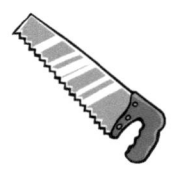

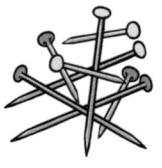

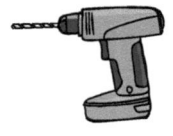

sửa chữa
ремонтувати

cái xẻng
лопата

khốn nạn!
лайно!

cái hót rác
совок

thùng sơn
відро з фарбою

vít
гвинти

nhạc cụ
музичні інструменти

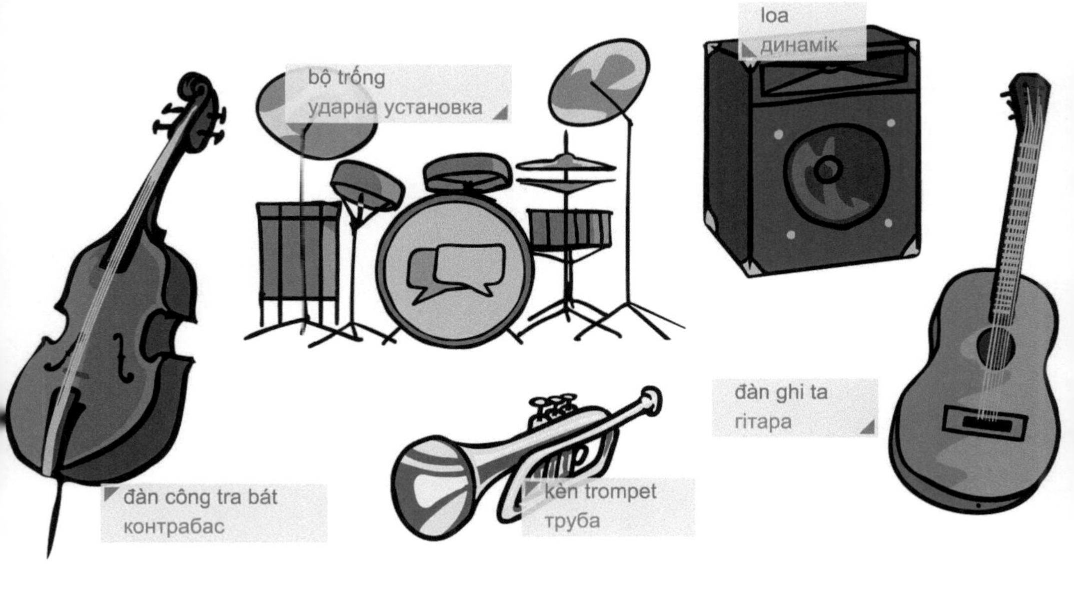

bộ trống
ударна установка

loa
динамік

đàn ghi ta
гітара

đàn công tra bát
контрабас

kèn trompet
труба

đàn piano

фортепіано

đàn vĩ cầm

скрипка

ghi ta bass

бас

trống định âm

литаври

trống

барабан

đàn organ

клавіатура

kèn Saxophone

саксофон

sáo

флейта

micro

мікрофон

vườn bách thú

зоопарк

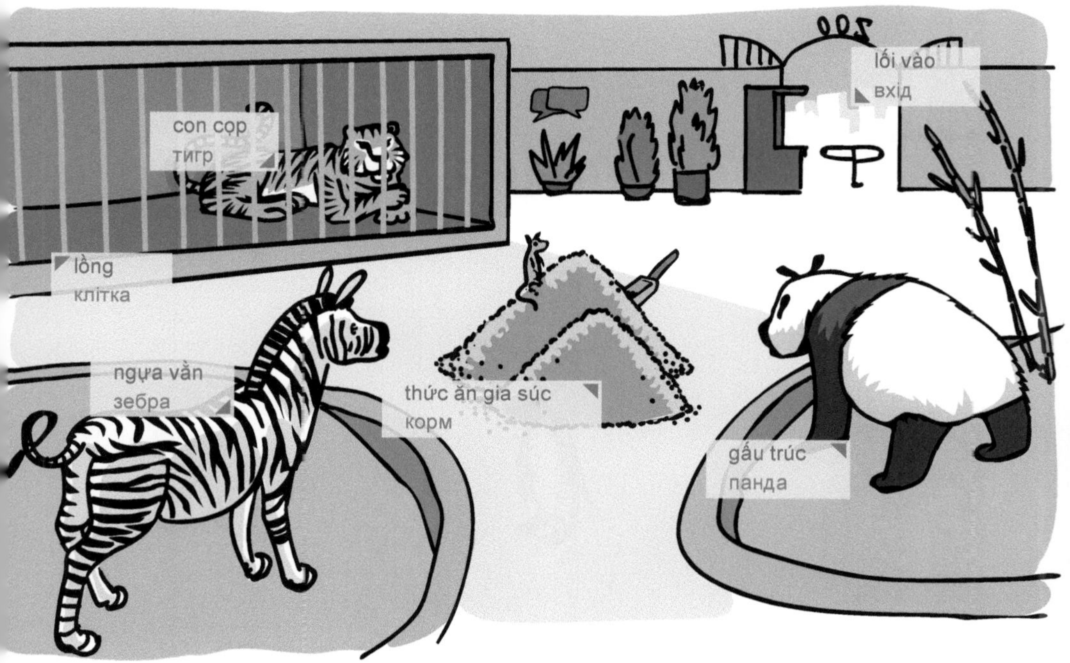

ZOO
lối vào
вхід
con cọp
тигр
lồng
клітка
ngựa vằn
зебра
thức ăn gia súc
корм
gấu trúc
панда

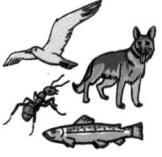

động vật

тварини

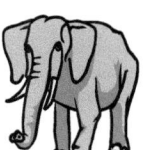

con voi

слон

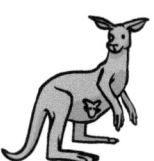

chuột túi

кенгуру

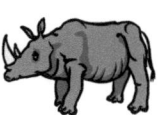

tê giác

носоріг

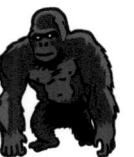

khỉ đột

горила

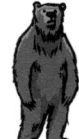

con gấu

ведмідь

lạc đà

верблюд

đà điểu

страус

sư tử

лев

con khỉ

мавпа

hồng hạc

фламінго

con vẹt

папуга

gấu bắc cực

білий ведмідь

chim cánh cụt

пінгвін

cá mập

акула

con công

павич

con rắn

змія

cá sấu

крокодил

người trông giữ vườn bách thú

працівник зоопарку

hải cẩu

тюлень

báo đốm

ягуар

ngựa lùn

поні

con báo

леопард

hà mã

гіпопотам

hươu cao cổ

жираф

đại bàng

орел

heo rừng

кабан

cá

риба

con rùa

черепаха

hải mã

морж

con cáo

лисиця

linh dương

газель

bóng bầu dục Mỹ
американський футбол

đua xe đạp
їзда на велосипеді

quần vợt
теніс

bóng rổ
баскетбол

bơi
плавання

khúc côn cầu trên băng
хокей

đấm bốc
бокс

bóng đá
футбол

cầu lông
бадмінтон

điền kinh
легка атлетика

bóng ném
гандбол

trượt tuyết
лижні перегони

polo
поло

nhảy
стрибати

cười
сміятися

ôm
обіймати

đi bộ
йти

ca hát
співати

mơ
мріяти

cầu nguyện
молитися

hôn
цілувати

viết
писати

vẽ
малювати

chỉ trỏ
показувати

đẩy
тиснути

cho
давати

lấy đi
брати

có

мати

làm

робити

thì / là

бути

đứng

стояти

chạy

бігати

kéo

тягнути

ném

кидати

rơi

падати

nằm

лежати

chờ đợi

очікувати

mang vác

носити

ngồi

сидіти

mặc quần áo

одягати

ngủ

спати

thức dậy

просипатися

xem

дивитися

khóc

плакати

vuốt ve

гладити

chải

розчісувати

nói chuyện

розмовляти

hiểu

розуміти

câu hỏi

питати

nghe

слухати

uống

пити

ăn

їсти

dọn dẹp

прибирати

yêu

любити

nấu nướng

варити

lái xe

їхати

bay

літати

đi thuyền buồm

йти під вітрилом

tính toán

рахувати

đọc

читати

học

вчитися

làm việc

працювати

cưới

одружуватися

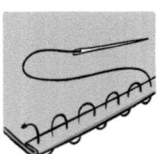

khâu vá

шити

đánh răng

чистити зуби

giết

убивати

hút thuốc

курити

gửi đi

посилати

gia đình
сім'я

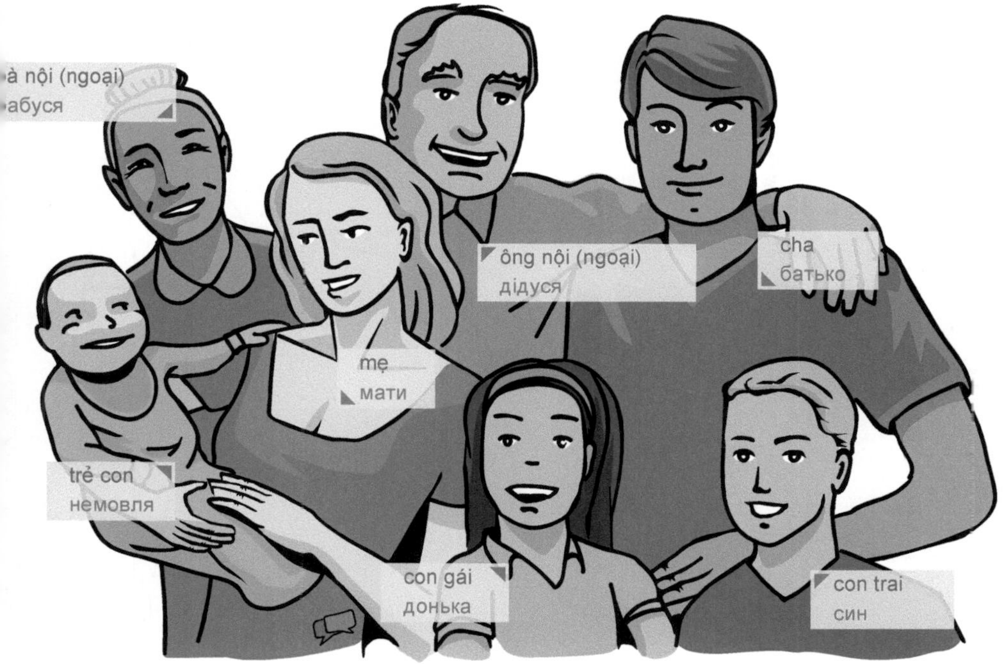

à nội (ngoại)
абуся
ông nội (ngoại)
дідуся
cha
батько
mẹ
мати
trẻ con
немовля
con gái
донька
con trai
син

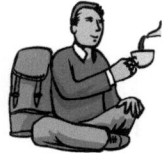

khách

гість

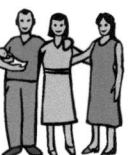

cô (dì)

тітка

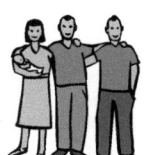

chú, bác (cậu)

дядько

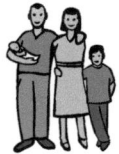

anh (em) trai

брат

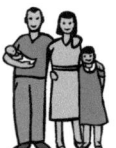

chị (em) gái

сестра

cơ thể

тіло

trán
чоло
mắt
око
vai
плече
ngón tay
палець
mặt
обличчя
cằm
підборіддя
bàn tay
кисть
chân
нога
ngực
груди
cánh tay
рука

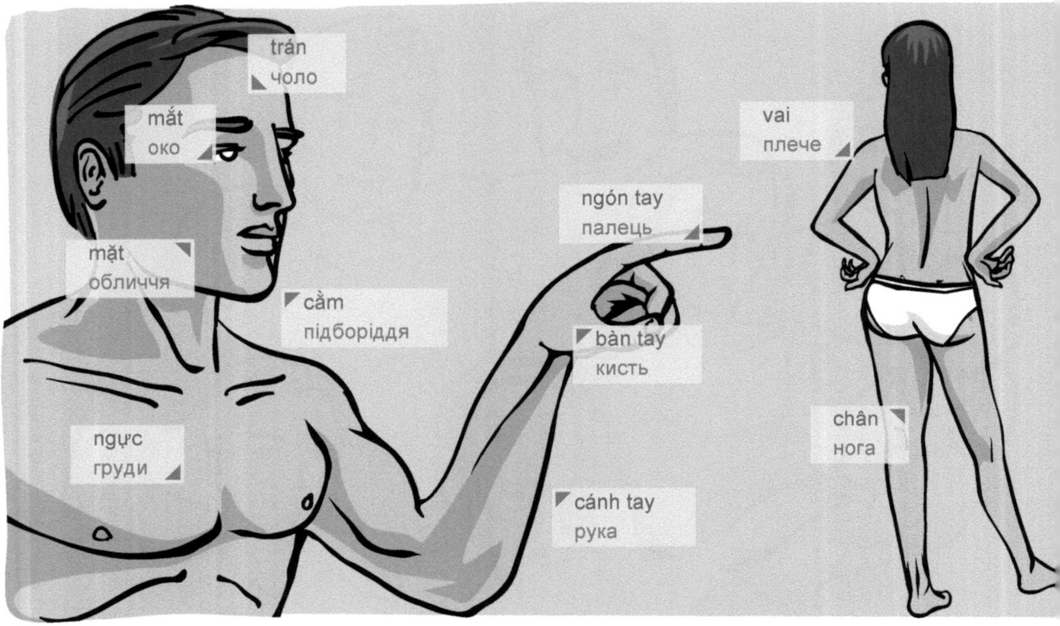

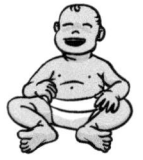

trẻ con

немовля

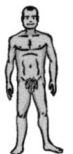

đàn ông

чоловік

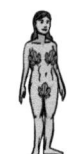

phụ nữ

жінка

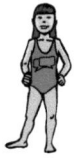

bé gái

дівчина

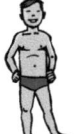

bé trai

хлопчик

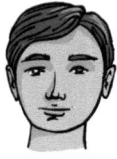

đầu

голова

lưng

спина

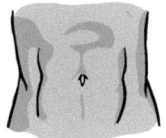

bụng

живіт

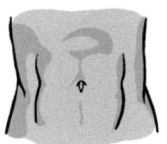

rốn

пуп

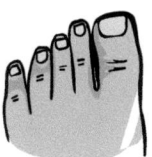

ngón chân

палець ноги

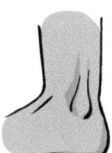

gót chân

п'ята

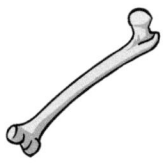

xương

кістка

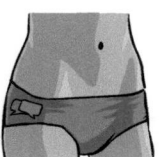

hông

стегно

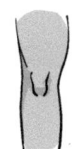

đầu gối

коліно

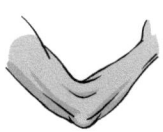

khuỷu tay

лікоть

mũi

ніс

mông

сідниці

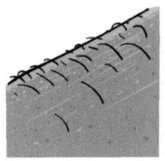

da

шкіра

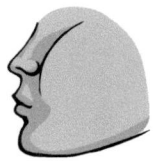

má

щока

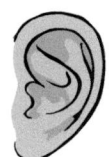

tai

вухо

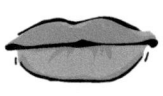

môi

губа

cơ thể - тіло

miệng

рот

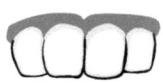

răng

зуб

lưỡi

язик

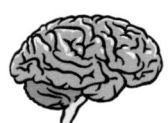

não

мозок

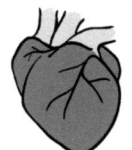

tim

серце

cơ bắp

м'яз

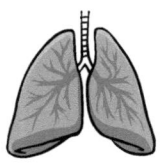

phổi

легені

gan

печінка

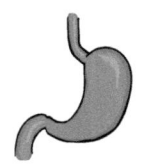

dạ dày

шлунок

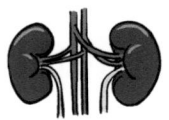

thận

нирки

giao hợp

статевий акт

bao cao su

презерватив

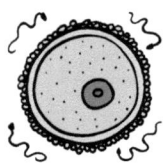

noãn

яйцеклітина

tinh dịch

сперма

mang thai

вагітність

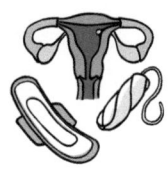

kinh nguyệt

менструація

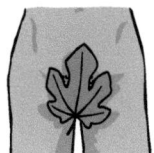

âm vật

вагіна

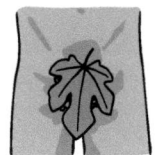

dương vật

пеніс

lông mày

брова

tóc

волосся

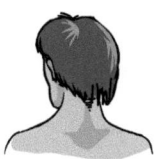

cổ

шия

bệnh viện
лікарня

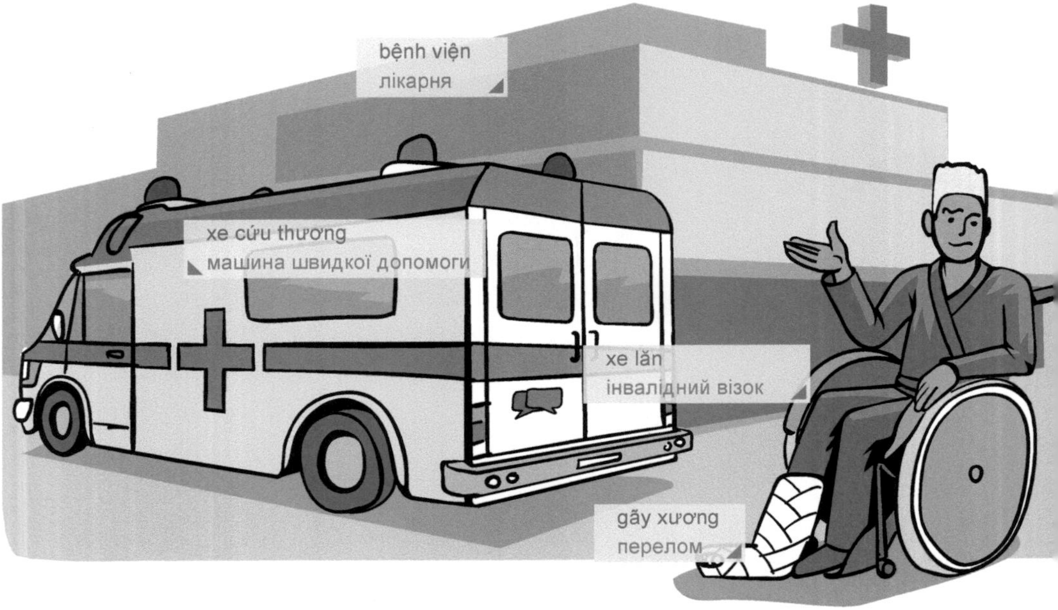

bệnh viện
лікарня
xe cứu thương
машина швидкої допомоги
xe lăn
інвалідний візок
gãy xương
перелом

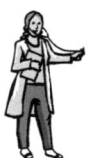

bác sĩ

лікар

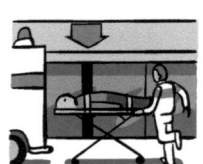

phòng cấp cứu

відділення швидкої медичної допомоги

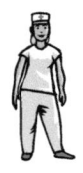

y tá

медсестра

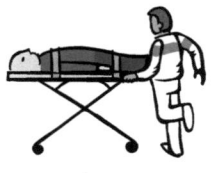

cấp cứu

аварійний випадок

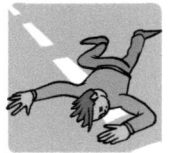

bất tỉnh

непритомний

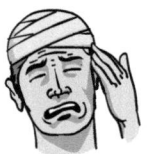

cơn đau

біль

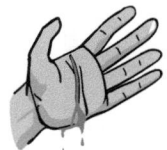

bị thương

травма

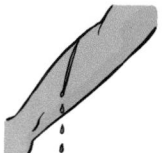

chảy máu

кровотеча

nhồi máu cơ tim

інфаркт

đột quy

інсульт

dị ứng

алергія

ho

кашель

sốt

лихоманка

cúm

грип

tiêu chảy

пронос

đau đầu

головна біль

ung thư

рак

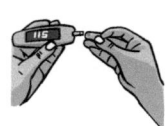

bệnh tiểu đường

діабет

bác sĩ phẫu thuật

хірург

dao mổ

скальпель

giải phẫu

операція

chụp cắt lớp

KT

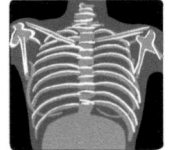

chụp x-quang

рентген

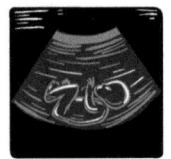

siêu âm

ультразвук

mặt nạ

маска

bệnh

хвороба

phòng đợi

зал очікування

cái nạng

милиця

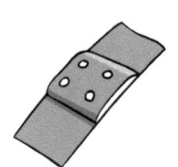

băng dán vết thương

пластир

băng bó

пов'язка

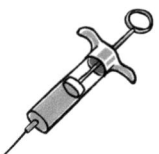

tiêm thuốc

ін'єкція

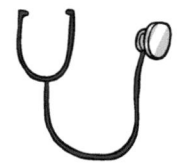

ống nghe khám bệnh

стетоскоп

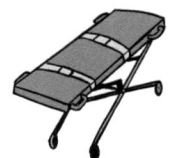

băng ca

ноші

nhiệt kế

термометр

sinh đẻ

народження

thừa cân

надмірна вага

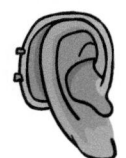

máy trợ thính

слуховий апарат

chất khử trùng

дезінфікуючий засіб

nhiễm trùng

інфекція

vi rút

вірус

HIV / AIDS

ВІЛ / СНІД

thuốc

медицина

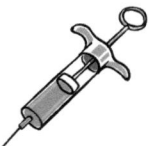

tiêm chủng

вакцинація

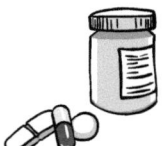

thuốc viên

таблетки

viên thuốc

протизаплідна пігулка

gọi cấp cứu

екстрений виклик

máy đo huyết áp

тонометр

bệnh / khỏe mạnh

хворий / здоровий

cứu!

Допоможіть!

cuộc đột kích

напад

báo động

сигнал тривоги

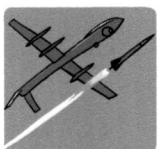

sự tấn công

атака

mối nguy hiểm

небезпека

lối thoát hiểm

аварійний вихід

cháy!

Вогонь!

bình chữa cháy

вогнегасник

tai nạn

аварія

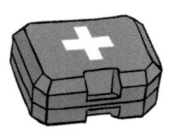

bộ dụng cụ sơ cứu

аптечка

SOS

СОС

cảnh sát

поліція

châu Âu

Європа

Bắc Mỹ

Північна Америка

Nam Mỹ

Південна Америка

châu Phi

Африка

châu Á

Азія

châu Úc

Австралія

Đại Tây Dương

Атлантика

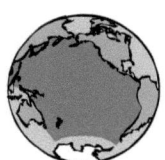

Thái Bình Dương

Тихий океан

Ấn Độ Dương

Індійський океан

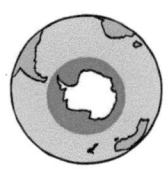

Nam Cực Dương

Антарктичний океан

Bắc Băng Dương

Північний Льодовитий
океан

bắc cực

Північний полюс

nam cực

Південний полюс

nam cực

Антарктика

trái đất

Земля

đất liền

суша

biển

море

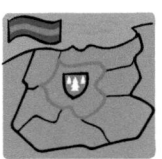

đảo

острів

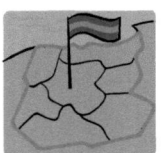

quốc gia

нація

nhà nước

держава

mặt đồng hồ

циферблат

kim chỉ giờ

годинникова стрілка

kim chỉ phút

хвилинна стрілка

kim chỉ giây

секундна стрілка

Bây giờ là mấy giờ?

Котра година?

ngày

день

thời gian

час

bây giờ

зараз

đồng hồ điện tử

цифровий годинник

phút

хвилина

giờ

година

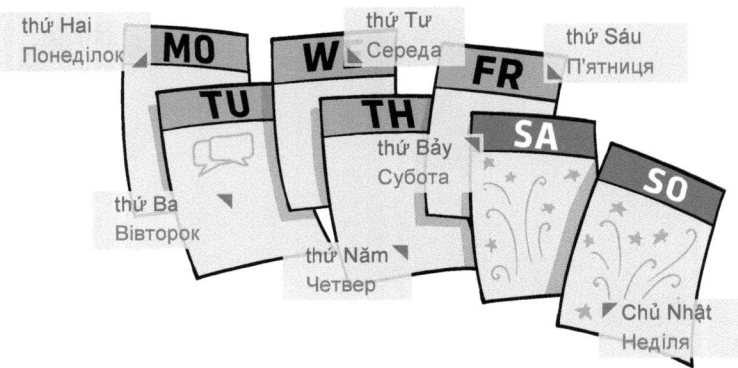

thứ Hai — Понеділок
thứ Tư — Середа
thứ Sáu — П'ятниця
thứ Ba — Вівторок
thứ Năm — Четвер
thứ Bảy — Субота
Chủ Nhật — Неділя

hôm qua

вчора

hôm nay

сьогодні

ngày mai

завтра

buổi sáng

ранок

buổi trưa

опівдні

buổi tối

вечір

MO	TU	WE	TH	FR	SA	SU
1	2	3	4	5	6	7
8	9	10	11	12	13	14
15	16	17	18	19	20	21
22	23	24	25	26	27	28
29	30	31	1	2	3	4

ngày làm việc

робочі дні

MO	TU	WE	TH	FR	SA	SU
1	2	3	4	5	6	7
8	9	10	11	12	13	14
15	16	17	18	19	20	21
22	23	24	25	26	27	28
29	30	31	1	2	3	4

cuối tuần

кінець робочого тижня

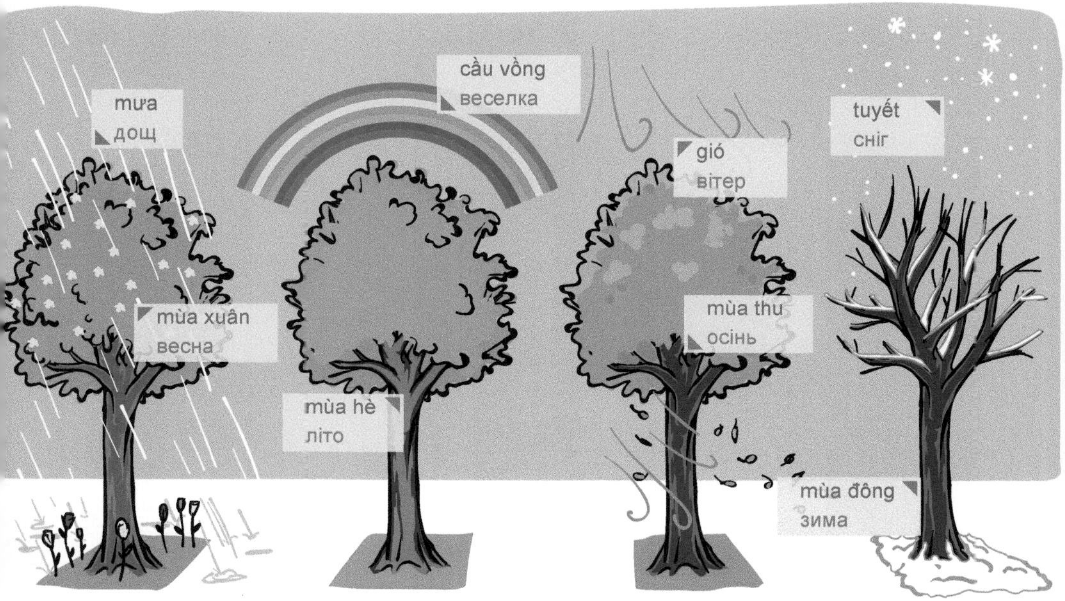

mưa
дощ
cầu vồng
веселка
gió
вітер
tuyết
сніг
mùa xuân
весна
mùa hè
літо
mùa thu
осінь
mùa đông
зима

4.APRIL 11°
5.APRIL 4°
6.APRIL 13°
7.APRIL 8°
8.APRIL 10°

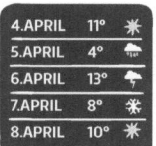

dự báo thời tiết

прогноз погоди

F C
120 40
90 30
60 20
30 10
0 0
-30 -10
-20

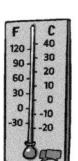

nhiệt kế

термометр

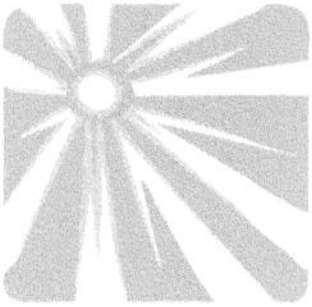

ánh nắng

сонячне світло

mây

хмара

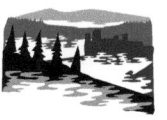

sương mù

туман

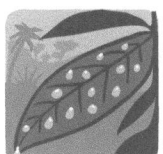

độ ẩm không khí

вологість повітря

tia chớp

блискавка

sấm sét

грім

cơn bão

шторм

mưa đá

град

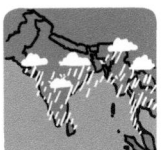

gió mùa

мусон

lũ lụt

повінь

nước đá

лід

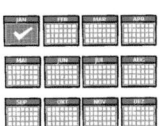

tháng Một

Січень

tháng Hai

Лютий

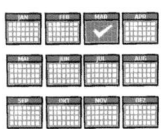

tháng Ba

Березень

tháng Tư

Квітень

tháng Năm

Травень

tháng Sáu

Червень

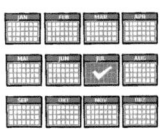

tháng Bảy

Липень

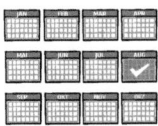

tháng Tám

Серпень

năm - рік

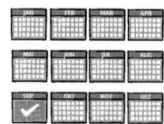

tháng Chín

Вересень

tháng Mười

Жовтень

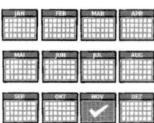

tháng Mười Một

Листопад

tháng Mười Hai

Грудень

hình dạng
форми

hình tròn

круг

hình vuông

квадрат

hình chữ nhật

прямокутник

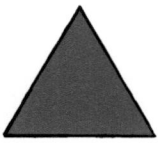

hình tam giác

трикутник

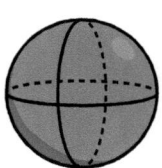

hình cầu

куля

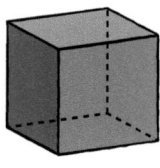

khối vuông

куб

màu trắng

білий

màu vàng

жовтий

màu cam

помаранчевий

màu hồng

рожевий

màu đỏ

червоний

màu tím

фіолетовий

màu xanh dương

синій

màu xanh lá cây

зелений

màu nâu

коричневий

màu xám

сірий

màu đen

чорний

nhiều / ít

багато / мало

tức tối / điềm tĩnh

лютий / мирний

xinh đẹp / xấu xí

гарний / бридкий

bắt đầu / kết thúc

початок / кінець

to / nhỏ

великий / малий

sáng / tối

світлий / темний

anh (em) trai / chị (em) gái

брат / сестра

sạch / bẩn

чистий / брудний

đủ / thiếu

завершений /
незавершений

ngày / đêm

день / ніч

chết / sống

мертвий / живий

rộng / chật hẹp

широкий / вузький

ăn được / không ăn được

їстівний / неїстівний

ác / tử tế

злий / дружній

hào hứng / chán nản

збуджений / нудьгуючий

béo / gầy

товстий / тонкий

đầu tiên / cuối cùng

спочатку / востаннє

bạn / thù

друг / ворог

đầy / rỗng

повний / порожній

cứng / mềm

жорсткий / м'який

nặng / nhẹ

важкий / легкий

đói / khát

голод / спрага

bệnh / khỏe mạnh

хворий / здоровий

bất hợp pháp / hợp pháp

незаконний / законний

thông minh / ngu

розумний / дурний

trái / phải

вліво / вправо

gần / xa

поруч / далеко

86   đối lập - протилежності

mới / cũ
....
новий / використаний

không có gì cả / có cái gì đó
....
нічого / щось

già / trẻ
....
старий / молодий

bật / tắc
....
вкл / викл

mở / đóng
....
відкрито / закрито

im lặng / ồn ào
....
тихо / гучно

giàu / nghèo
....
багатий / бідний

đúng / sai
....
правильно / неправильно

sần sùi / mịn màng
....
шорсткий / гладкий

buồn / vui
....
сумний / щасливий

ngắn / dài
....
короткий / довгий

chậm / nhanh
....
повільно / швидко

ẩm ướt / khô ráo
....
вологий / сухий

ấm áp / mát mẻ
....
гарячий / холодний

chiến tranh / hòa bình
....
війна / мир

0

số không

нуль

1

một

один

2

hai

два

3

ba

три

4

bốn

чотири

5

năm

п'ять

6

sáu

шість

7

bảy

сім

8

tám

вісім

9

chín

дев'ять

10

mười

десять

11

mười một

одинадцять

12
mười hai

дванадцять

13
mười ba

тринадцять

14
mười bốn

чотирнадцять

15
mười lăm

п'ятнадцять

16
mười sáu

шістнадцять

17
mười bảy

сімнадцять

18
mười tám

вісімнадцять

19
mười chín

дев'ятнадцять

20
hai mươi

двадцять

100
một trăm

сто

1.000
một ngàn

тисяча

1.000.000
một triệu

мільйон

tiếng Anh

англійська

tiếng Anh Mỹ

американська англійська

tiếng Quan Thoại

китайська
високочиновницька

tiếng Hin-di

хінді

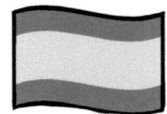

tiếng Tây Ban Nha

іспанська

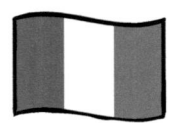

tiếng Pháp

французька

tiếng À-rập

арабська

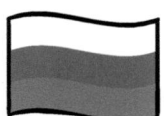

tiếng Nga

російська

tiếng Bồ Đào Nha

португальська

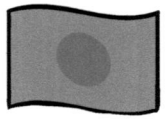

tiếng Bengal

бенгальська

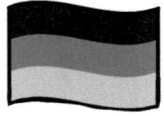

tiếng Đức

німецька

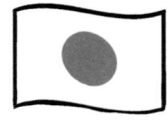

tiếng Nhật

японська

tôi

я

bạn

ти

anh ta / cô ta / nó

він / вона / воно

chúng tôi

ми

các bạn

ви

họ

вони

ai?

хто?

cái gì?

що?

như thế nào?

як?

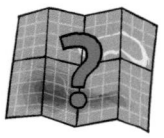

ở đâu?

де?

lúc nào?

коли?

tên

ім'я

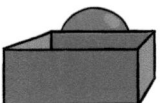

phía sau

ззаду

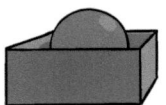

ở trong

в

phía trước

перед

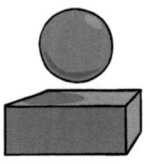

phía trên

над

ở trên

на

ở dưới

під

bên cạnh

біля

ở giữa

між

chỗ

місце